MY FIRST THAI ALPHABET

HANDWRITING PRACTICE WORKBOOK FOR KIDS & ADULTS

THIS WORKBOOK BELONGS TO:

_____

- -

_____

CONTENTS

THAI CONSONANTS

ก **Ko Kai**
(Chicken)

ข **Kho Khai**
(Egg)

ฃ **Kho Khuad**
(Bottle)

ค **Kho Khwai**
(Buffalo)

ฅ **Kho Khon**
(Person)

ฆ **Kho Rakhang**
(Bell)

ง **Ngo Ngoo**
(Snake)

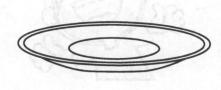
จ **Jo Jan**
(Dish)

ฉ **Cho Ching**
(Small Cymbal)

ช **Cho Chang**
(Elephant)

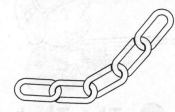
ซ **So Soe**
(Chain)

ฌ **Cho Cher**
(Tree)

1

ญ Yo Ying (Woman)

ฎ Do Chada (Headdress)

ฏ To Patak (Spear)

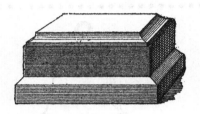

ฐ Tho Than (Pedestal)

ฑ Tho Montho (Queen)

ฒ Tho Poothao (Old Man)

ณ No Nen (Young Monk)

ด Do Dek (Child)

ต To Tao (Turtle)

ถ Tho Thung (Bag)

ท Tho Thahan (Soldier)

ธ Tho Thong (Flag)

 **น** No Noo (Mouse)

 **บ** Bo Baimai (Leaf)

 **ป** Po Pla (Fish)

 **ผ** Pho Phueng (Bee)

 **ฝ** Fo Fa (Lid)

 **พ** Pho Phan (Tray)

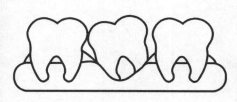 **ฟ** Fo Fun (Teeth)

 **ภ** Pho Sumphao (Junk)

 **ม** Mo Ma (Horse)

 **ย** Yo Yak (Giant)

 **ร** Ro Ruea (Boat)

 **ล** Lo Ling (Monkey)

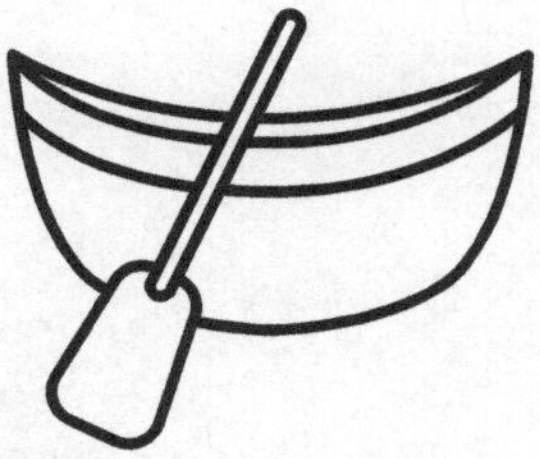

ว **Wo Waen**
(Ring)

ศ **So Sala**
(Pavilion)

ษ **So Reusee**
(Ascetic)

ส **So Suea**
(Tiger)

ห **Ho Heeb**
(Box)

ฬ **Lo Jula**
(Kite)

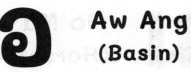

อ **Aw Ang**
(Basin)

ฮ **Ho Nokhook**
(Owl)

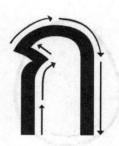

ก. ไก่

(Ko Kai)

ก ก ก ก ก ก ก ก ก

ก ก ก ก ก ก ก ก ก

ก ก ก ก ก ก ก ก ก

ก ก ก ก ก ก ก ก ก

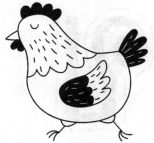

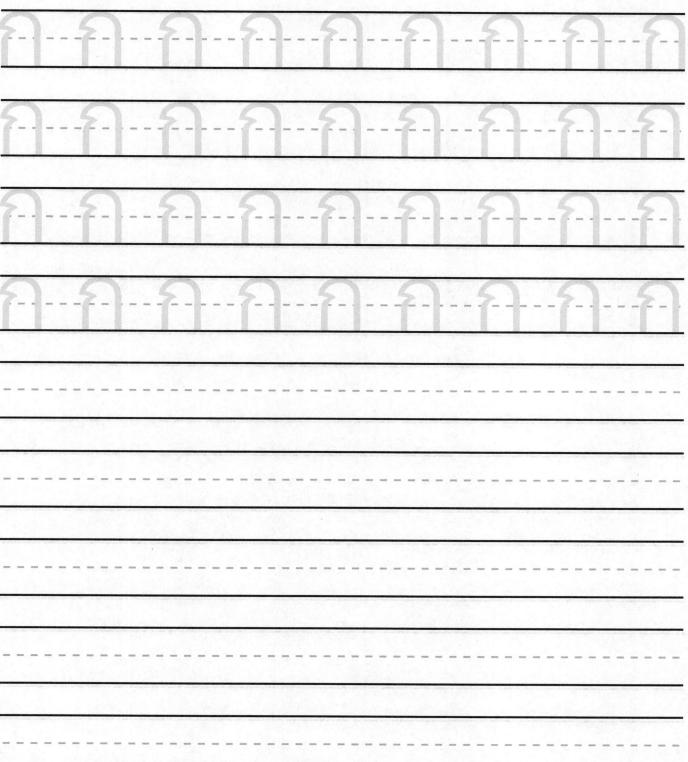

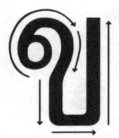

ข. ไข่

(Kho Khai)

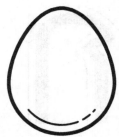

ข ข ข ข ข ข ข ข

ข ข ข ข ข ข ข ข

ข ข ข ข ข ข ข ข

ข ข ข ข ข ข ข ข

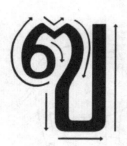

ฃ. ขวด

(Kho Khuad)

ฃ ฃ ฃ ฃ ฃ ฃ ฃ ฃ

ฃ ฃ ฃ ฃ ฃ ฃ ฃ ฃ

ฃ ฃ ฃ ฃ ฃ ฃ ฃ ฃ

ฃ ฃ ฃ ฃ ฃ ฃ ฃ ฃ

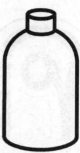

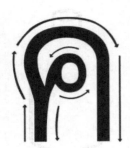

ค. ควาย
(Kho Khwai)

ค ค ค ค ค ค ค ค

ค ค ค ค ค ค ค ค

ค ค ค ค ค ค ค ค

ค ค ค ค ค ค ค ค

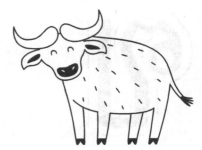

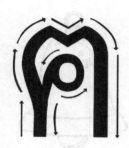

ฅ. คน
(Kho Khon)

ฅ ฅ ฅ ฅ ฅ ฅ ฅ ฅ

ฅ ฅ ฅ ฅ ฅ ฅ ฅ ฅ

ฅ ฅ ฅ ฅ ฅ ฅ ฅ ฅ

ฅ ฅ ฅ ฅ ฅ ฅ ฅ ฅ

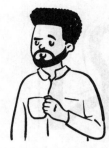

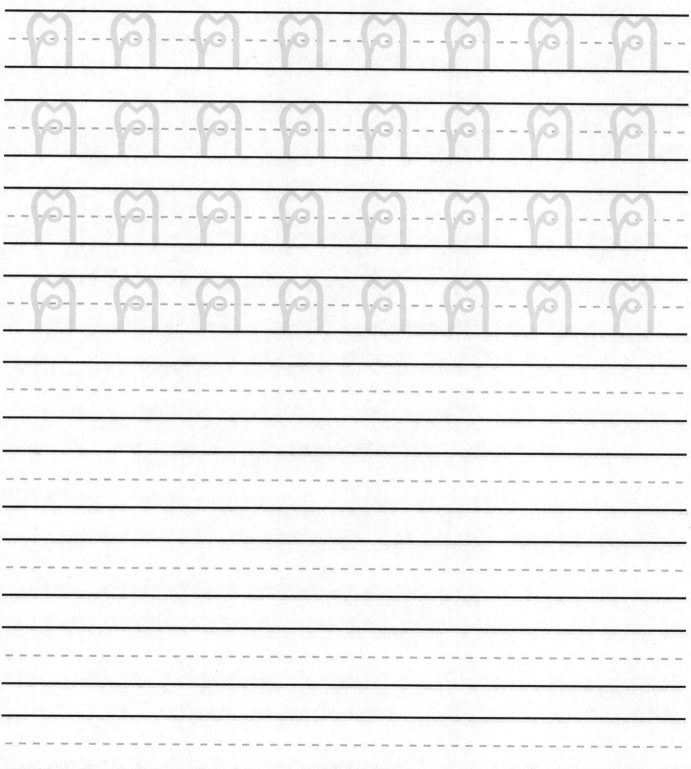

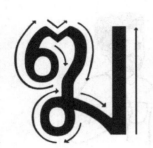

ฆ. ระฆัง
(Kho Rakhang)

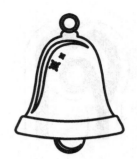

ง. งู

(Ngo Ngoo)

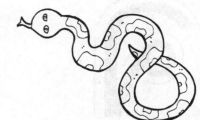

จ. จาน
(Jo Jan)

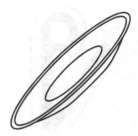

จ จ จ จ จ จ จ จ จ

จ จ จ จ จ จ จ จ จ

จ จ จ จ จ จ จ จ จ

จ จ จ จ จ จ จ จ จ

ฉ. ฉิ่ง
(Cho Ching)

ฉ ฉ ฉ ฉ ฉ ฉ ฉ ฉ ฉ

ฉ ฉ ฉ ฉ ฉ ฉ ฉ ฉ ฉ

ฉ ฉ ฉ ฉ ฉ ฉ ฉ ฉ ฉ

ฉ ฉ ฉ ฉ ฉ ฉ ฉ ฉ ฉ

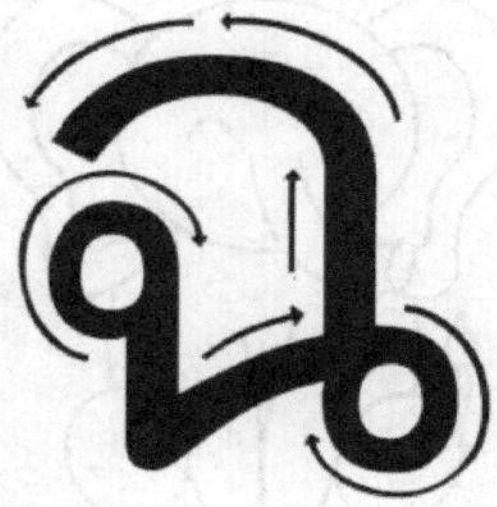

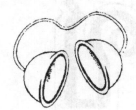

ช. ช้าง
(Cho Chang)

ช ช ช ช ช ช ช ช

ช ช ช ช ช ช ช ช

ช ช ช ช ช ช ช ช

ช ช ช ช ช ช ช ช

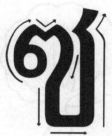

ซ. โซ่
(So Soe)

ซ ซ ซ ซ ซ ซ ซ ซ

ซ ซ ซ ซ ซ ซ ซ ซ

ซ ซ ซ ซ ซ ซ ซ ซ

ซ ซ ซ ซ ซ ซ ซ ซ

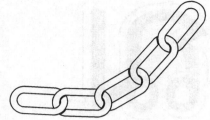

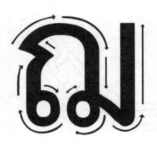

ฌ. เฌอ
(Cho Cher)

ฌ ฌ ฌ ฌ ฌ ฌ ฌ

ฌ ฌ ฌ ฌ ฌ ฌ ฌ

ฌ ฌ ฌ ฌ ฌ ฌ ฌ

ฌ ฌ ฌ ฌ ฌ ฌ ฌ

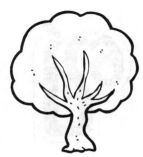

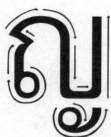

ญ. หญิง

(Yo Ying)

ญ ญ ญ ญ ญ ญ

ญ ญ ญ ญ ญ ญ

ญ ญ ญ ญ ญ ญ

ญ ญ ญ ญ ญ ญ

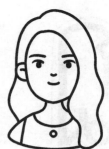

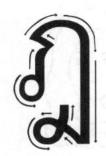

ฎ. ชฎา
(Do Chada)

ฎ ฎ ฎ ฎ ฎ ฎ ฎ ฎ

ฎ ฎ ฎ ฎ ฎ ฎ ฎ ฎ

ฎ ฎ ฎ ฎ ฎ ฎ ฎ ฎ

ฎ ฎ ฎ ฎ ฎ ฎ ฎ ฎ

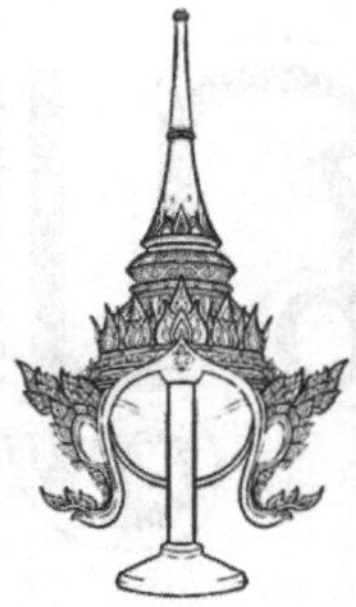

ฏ. ปฏัก

(To Patak)

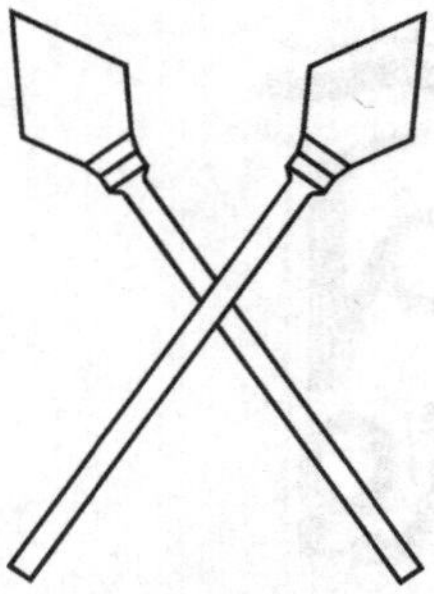

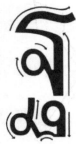

ฐ

ฐ. ฐาน

(Tho Than)

ฐ ฐ ฐ ฐ ฐ ฐ ฐ ฐ ฐ

ฐ ฐ ฐ ฐ ฐ ฐ ฐ ฐ ฐ

ฐ ฐ ฐ ฐ ฐ ฐ ฐ ฐ ฐ

ฐ ฐ ฐ ฐ ฐ ฐ ฐ ฐ ฐ

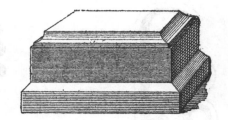

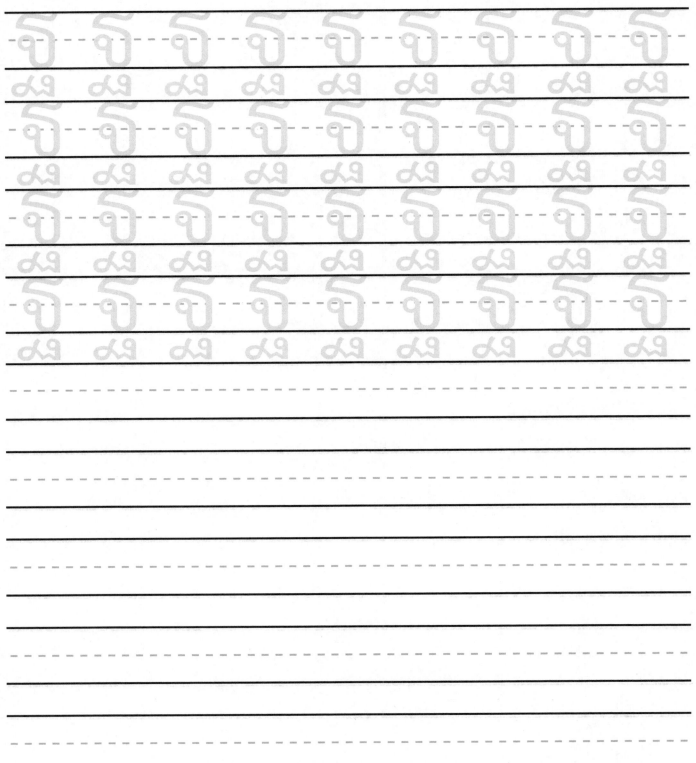

ฑ. มณโฑ
(Tho Montho)

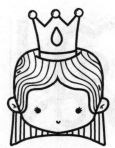

ฑ ฑ ฑ ฑ ฑ ฑ ฑ

ฑ ฑ ฑ ฑ ฑ ฑ ฑ

ฑ ฑ ฑ ฑ ฑ ฑ ฑ

ฑ ฑ ฑ ฑ ฑ ฑ ฑ

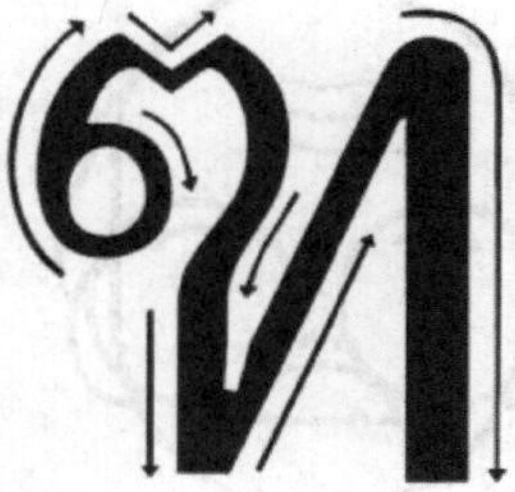

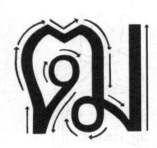

ฒ. ผู้เฒ่า
(Tho Poothao)

ฒ ฒ ฒ ฒ ฒ ฒ

ฒ ฒ ฒ ฒ ฒ ฒ

ฒ ฒ ฒ ฒ ฒ ฒ

ฒ ฒ ฒ ฒ ฒ ฒ

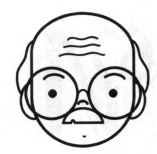

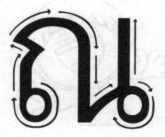

ณ. เณร

(No Nen)

ณ ณ ณ ณ ณ ณ ณ

ณ ณ ณ ณ ณ ณ ณ

ณ ณ ณ ณ ณ ณ ณ

ณ ณ ณ ณ ณ ณ ณ

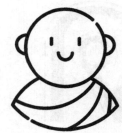

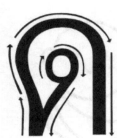

ด. เด็ก

(Do Dek)

ด ด ด ด ด ด ด ด

ด ด ด ด ด ด ด ด

ด ด ด ด ด ด ด ด

ด ด ด ด ด ด ด ด

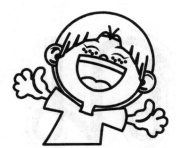

ต. เต่า

(To Tao)

ต ต ต ต ต ต ต ต

ต ต ต ต ต ต ต ต

ต ต ต ต ต ต ต ต

ต ต ต ต ต ต ต ต

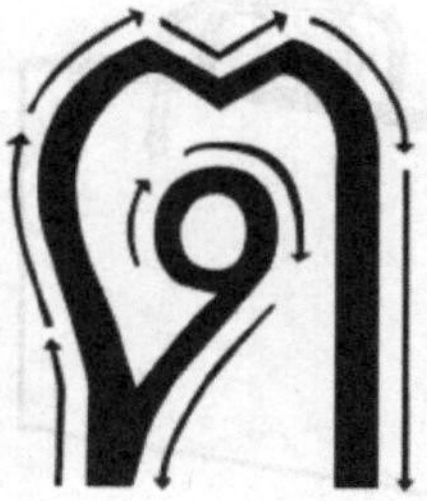

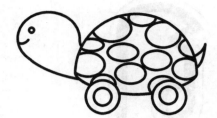

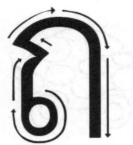

ถ. ถุง

(Tho Thung)

ถ ถ ถ ถ ถ ถ ถ ถ

ถ ถ ถ ถ ถ ถ ถ ถ

ถ ถ ถ ถ ถ ถ ถ ถ

ถ ถ ถ ถ ถ ถ ถ ถ

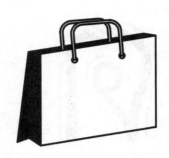

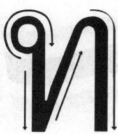

ท. ทหาร
(Tho Thahan)

ท ท ท ท ท ท ท ท

ท ท ท ท ท ท ท ท

ท ท ท ท ท ท ท ท

ท ท ท ท ท ท ท ท

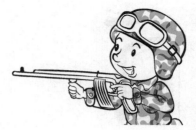

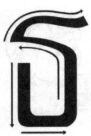

ธ. ธง
(Tho Thong)

ธ ธ ธ ธ ธ ธ ธ ธ ธ

ธ ธ ธ ธ ธ ธ ธ ธ ธ

ธ ธ ธ ธ ธ ธ ธ ธ ธ

ธ ธ ธ ธ ธ ธ ธ ธ ธ

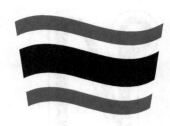

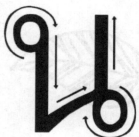

น. หนู
(No Noo)

น น น น น น น น

น น น น น น น น

น น น น น น น น

น น น น น น น น

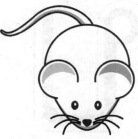

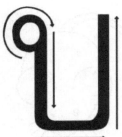

บ. ใบไม้

(Bo Baimai)

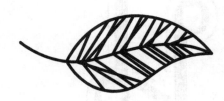

บ บ บ บ บ บ บ บ

บ บ บ บ บ บ บ บ

บ บ บ บ บ บ บ บ

บ บ บ บ บ บ บ บ

ป

ป. ปลา

(Po Pla)

ป ป ป ป ป ป ป

ป ป ป ป ป ป ป ป

ป ป ป ป ป ป ป ป

ป ป ป ป ป ป ป ป

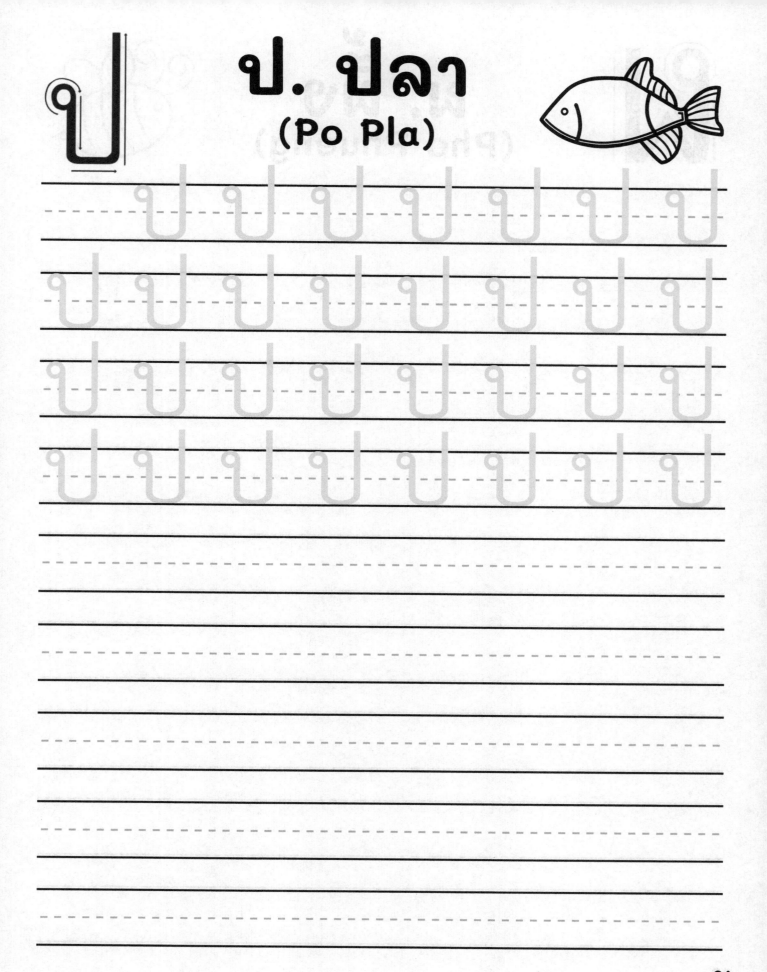

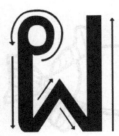

ผ. ผึ้ง
(Pho Phueng)

ผ ผ ผ ผ ผ ผ ผ ผ

ผ ผ ผ ผ ผ ผ ผ ผ

ผ ผ ผ ผ ผ ผ ผ ผ

ผ ผ ผ ผ ผ ผ ผ ผ

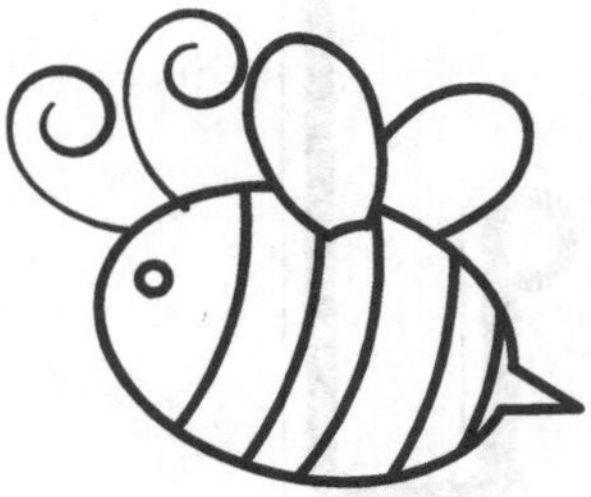

ฝ. ฝา

(Fo Fa)

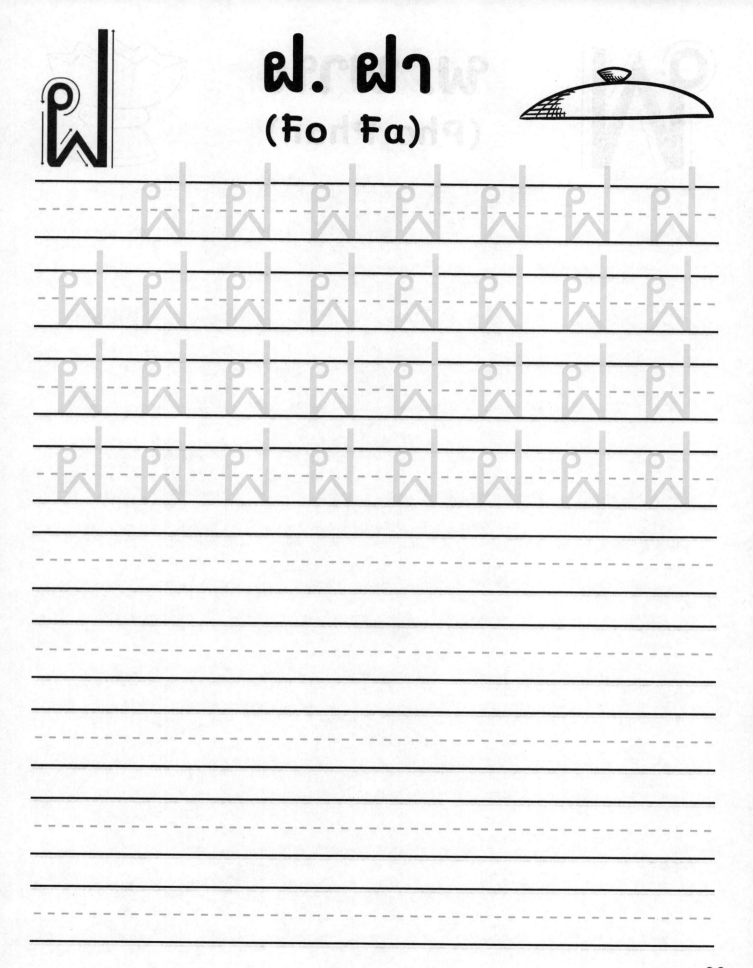

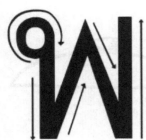

พ. พาน

(Pho Phan)

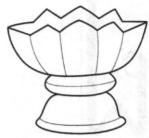

พ พ พ พ พ พ พ

พ พ พ พ พ พ พ

พ พ พ พ พ พ พ

พ พ พ พ พ พ พ

ฟ. ฟัน
(Fo Fun)

ฟ ฟ ฟ ฟ ฟ ฟ ฟ

ฟ ฟ ฟ ฟ ฟ ฟ ฟ

ฟ ฟ ฟ ฟ ฟ ฟ ฟ

ฟ ฟ ฟ ฟ ฟ ฟ ฟ

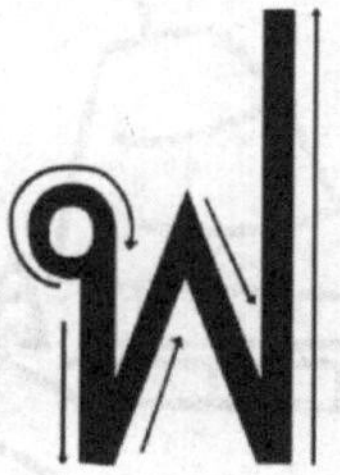

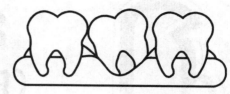

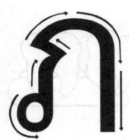

ภ. สำเภา
(Pho Sumphao)

ภ ภ ภ ภ ภ ภ ภ ภ

ภ ภ ภ ภ ภ ภ ภ ภ

ภ ภ ภ ภ ภ ภ ภ ภ

ภ ภ ภ ภ ภ ภ ภ ภ

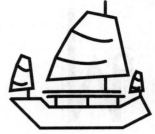

ม. ม้า

(Mo Ma)

ม ม ม ม ม ม ม ม

ม ม ม ม ม ม ม ม

ม ม ม ม ม ม ม ม

ม ม ม ม ม ม ม ม

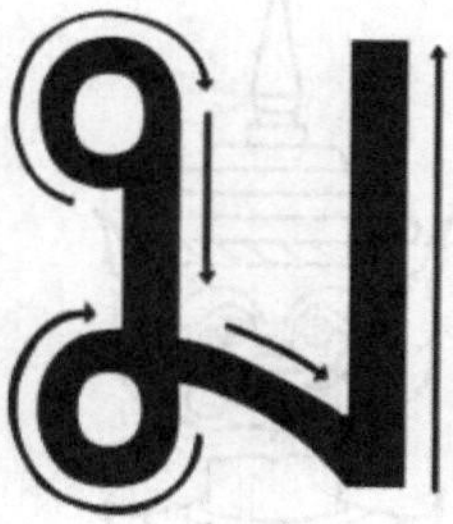

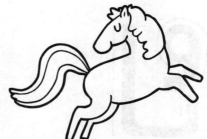

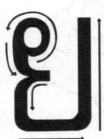

ย. ยักษ์

(Yo Yak)

ย ย ย ย ย ย ย ย ย

ย ย ย ย ย ย ย ย ย

ย ย ย ย ย ย ย ย ย

ย ย ย ย ย ย ย ย ย

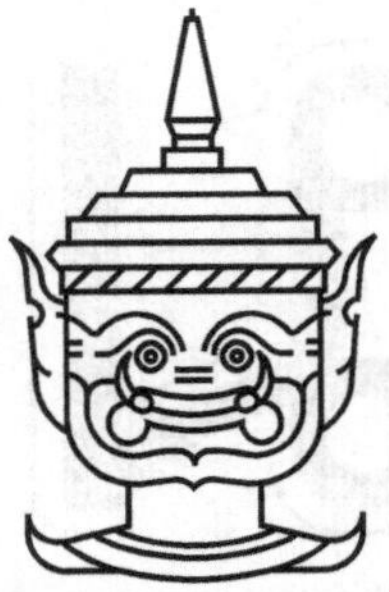

ร. เรือ
(Ro Ruea)

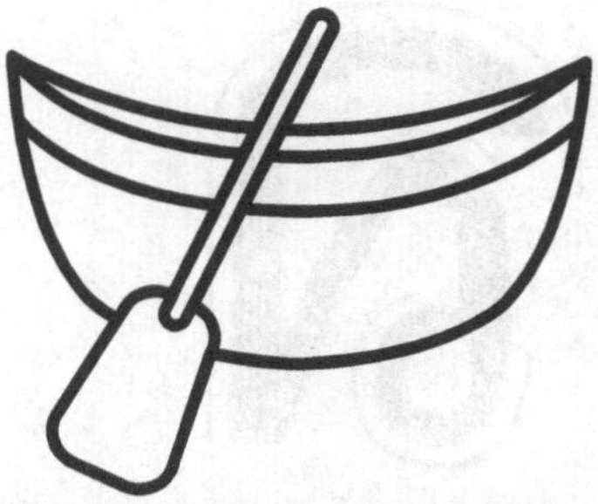

ร ร ร ร ร ร ร ร ร

ร ร ร ร ร ร ร ร ร

ร ร ร ร ร ร ร ร ร

ร ร ร ร ร ร ร ร ร

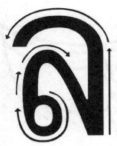

ล. ลิง

(Lo Ling)

ล ล ล ล ล ล ล ล ล

ล ล ล ล ล ล ล ล ล

ล ล ล ล ล ล ล ล ล

ล ล ล ล ล ล ล ล ล

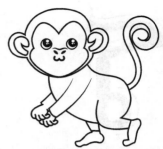

ว. แหวน
(Wo Waen)

ศ. ศาลา
(So Sala)

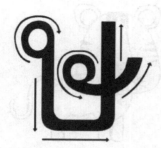

ษ. ฤาษี

(So Reusee)

ษ ษ ษ ษ ษ ษ ษ ษ

ษ ษ ษ ษ ษ ษ ษ ษ

ษ ษ ษ ษ ษ ษ ษ ษ

ษ ษ ษ ษ ษ ษ ษ ษ

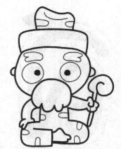

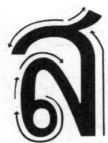

ส. เสือ

(So Suea)

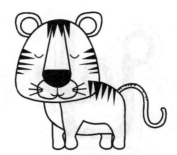

ส ส ส ส ส ส ส ส

ส ส ส ส ส ส ส ส

ส ส ส ส ส ส ส ส

ส ส ส ส ส ส ส ส

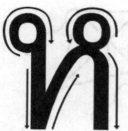

ห. หีบ

(Ho Heeb)

ห ห ห ห ห ห ห ห

ห ห ห ห ห ห ห ห

ห ห ห ห ห ห ห ห

ห ห ห ห ห ห ห ห

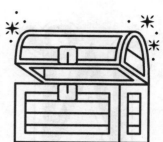

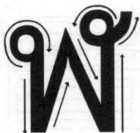

ฬ. จุฬา

(Lo Jula)

ฬ ฬ ฬ ฬ ฬ ฬ ฬ

ฬ ฬ ฬ ฬ ฬ ฬ ฬ

ฬ ฬ ฬ ฬ ฬ ฬ ฬ

ฬ ฬ ฬ ฬ ฬ ฬ ฬ

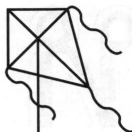

 # อ. อ่าง
(Aw Ang)

อ อ อ อ อ อ อ อ

อ อ อ อ อ อ อ อ

อ อ อ อ อ อ อ อ

อ อ อ อ อ อ อ อ

ฮ. นกฮูก

(Ho Nokhook)

ฮ ฮ ฮ ฮ ฮ ฮ ฮ ฮ ฮ

ฮ ฮ ฮ ฮ ฮ ฮ ฮ ฮ ฮ

ฮ ฮ ฮ ฮ ฮ ฮ ฮ ฮ ฮ

ฮ ฮ ฮ ฮ ฮ ฮ ฮ ฮ ฮ

THAI VOWELS

ะ A	า AR	ิ I
ี E	ุ U	ู OO
โ-ะ O	โ OE	ึ EU
ื EUU	เ-ะ EA	เ AY

แ-ะ AE	แ AIR	เ-าะ OR
-อ AW	เ-อะ ER	เ-อ EER
เ-ียะ IA	เ-ีย EAR	เ-ือะ OER
เ-ือ OEER	-ัวะ UA	-ัว UAA

-ำ UM	ไ AI	ใ AI
เ-า AO	ฤ RE	ฤๅ REH
ฦ LE	ฦๅ LEH	็ MAI TAIKHU
์ KARUN		

ອະ ອະ ອະ ອະ ອະ

ອະ ອະ ອະ ອະ ອະ

ອາ ອາ ອາ ອາ ອາ

ອາ ອາ ອາ ອາ ອາ

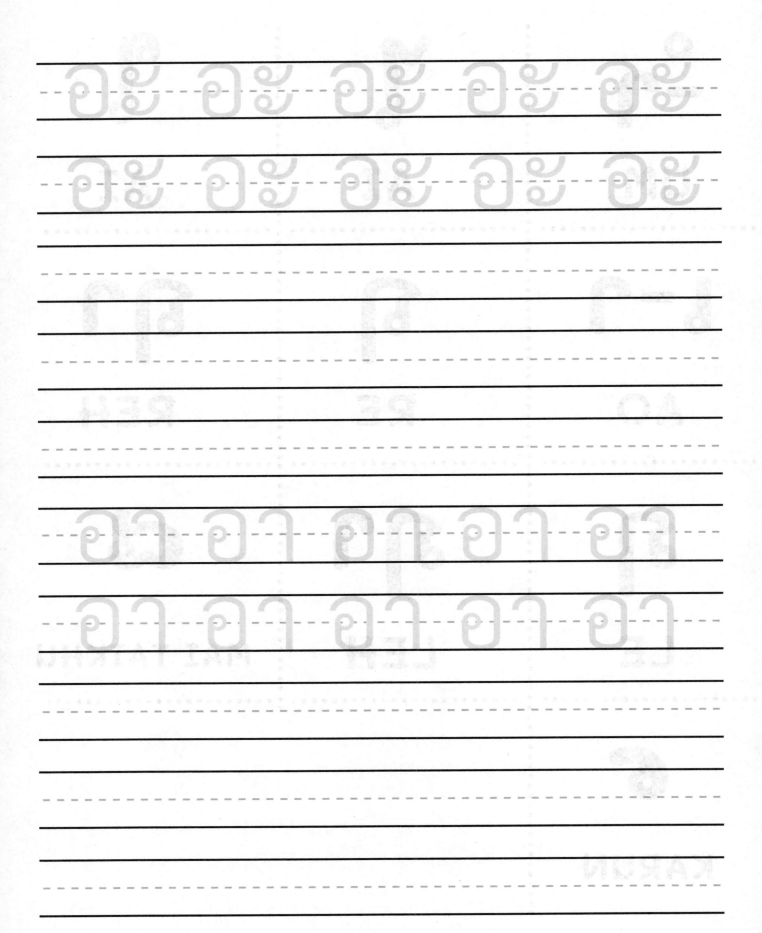

อิ อิ อิ อิ อิ อิ อิ อิ อิ

อิ อิ อิ อิ อิ อิ อิ อิ อิ

อี อี อี อี อี อี อี อี อี

อี อี อี อี อี อี อี อี อี

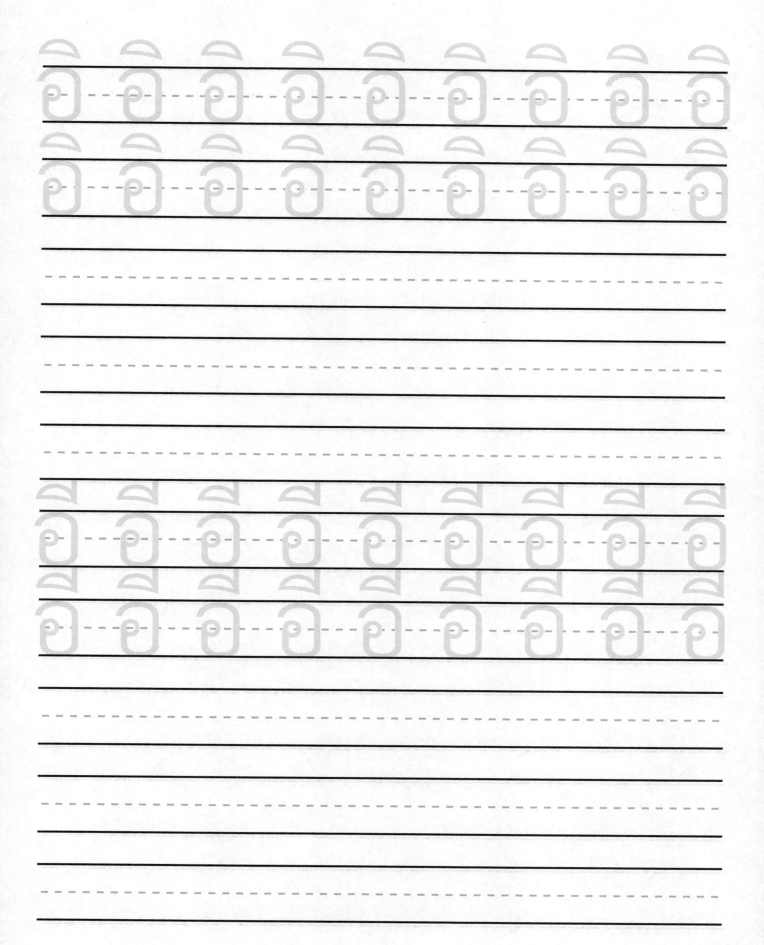

ອຸ ອຸ ອຸ ອຸ ອຸ ອຸ ອຸ ອຸ ອຸ

ອຸ ອຸ ອຸ ອຸ ອຸ ອຸ ອຸ ອຸ ອຸ

ອູ ອູ ອູ ອູ ອູ ອູ ອູ ອູ ອູ

ອູ ອູ ອູ ອູ ອູ ອູ ອູ ອູ ອູ

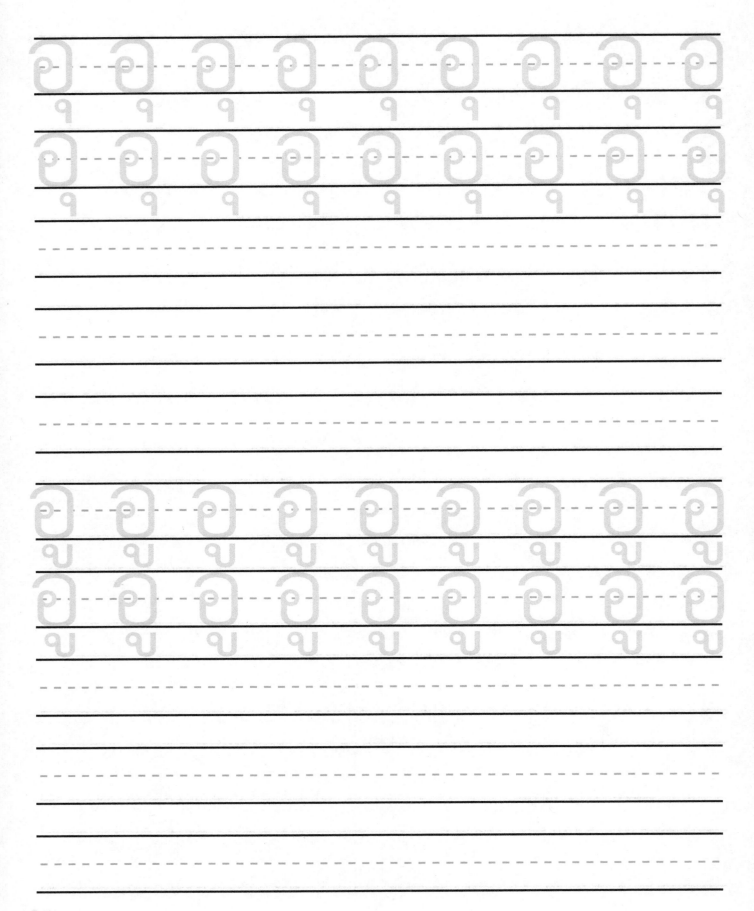

โอะ โอะ โอะ โอะ

โอะ โอะ โอะ โอะ

โอ โอ โอ โอ โอ โอ

โอ โอ โอ โอ โอ โอ

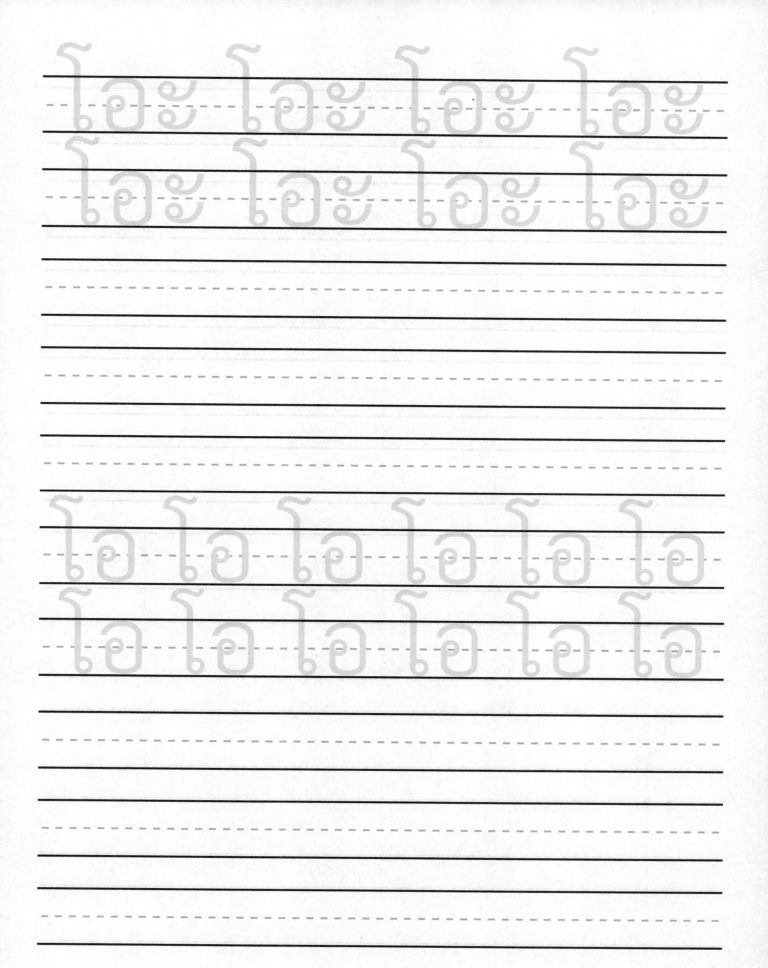

อึ อึ อึ อึ อึ อึ อึ อึ อึ

อึ อึ อึ อึ อึ อึ อึ อึ อึ

อื อื อื อื อื อื อื อื อื

อื อื อื อื อื อื อื อื อื

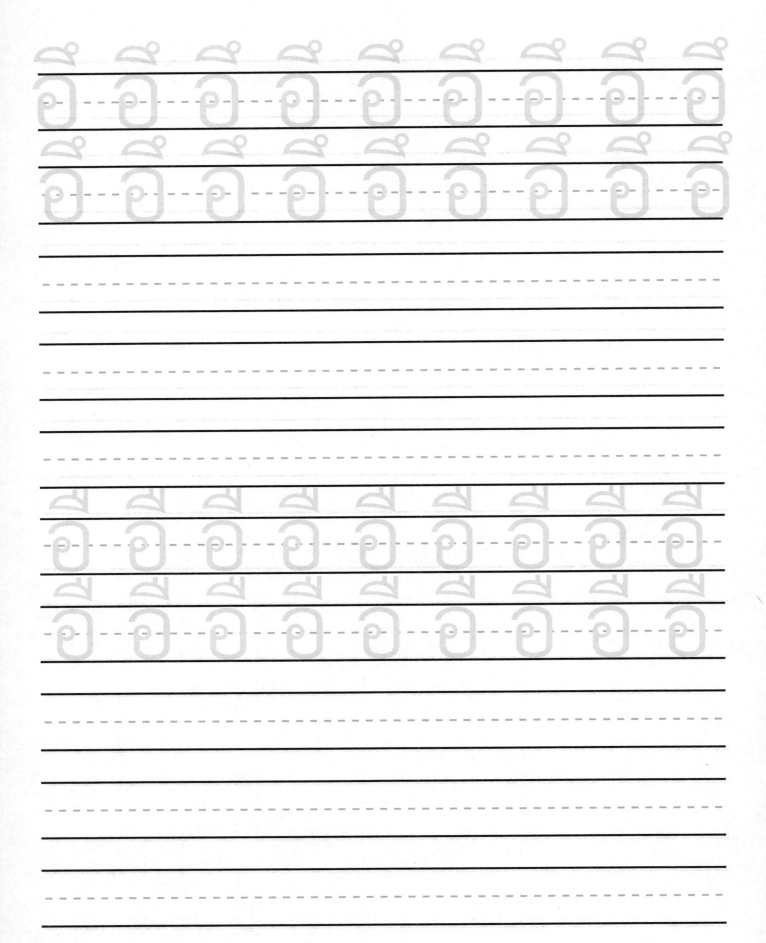

เอะ เอะ เอะ เอะ

เอะ เอะ เอะ เอะ

เอ เอ เอ เอ เอ เอ

เอ เอ เอ เอ เอ เอ

แอะ แอะ แอะ

แอะ แอะ แอะ

แอ แอ แอ แอ แอ

แอ แอ แอ แอ แอ

เอาะ เอาะ เอาะ

เอาะ เอาะ เอาะ

ออ ออ ออ ออ ออ

ออ ออ ออ ออ ออ

ເອອະ ເອອະ ເອອະ

ເອອະ ເອອະ ເອອະ

ເອອ ເອອ ເອອ ເອອ

ເອອ ເອອ ເອອ ເອອ

เอียะ เอียะ เอียะ

เอียะ เอียะ เอียะ

เอีย เอีย เอีย เอีย

เอีย เอีย เอีย เอีย

เอือะ เอือะ เอือะ

เอือะ เอือะ เอือะ

เอือ เอือ เอือ เอือ

เอือ เอือ เอือ เอือ

ອັວະ ອັວະ ອັວະ ອັວະ

ອັວະ ອັວະ ອັວະ ອັວະ

ອັວ ອັວ ອັວ ອັວ ອັວ

ອັວ ອັວ ອັວ ອັວ ອັວ

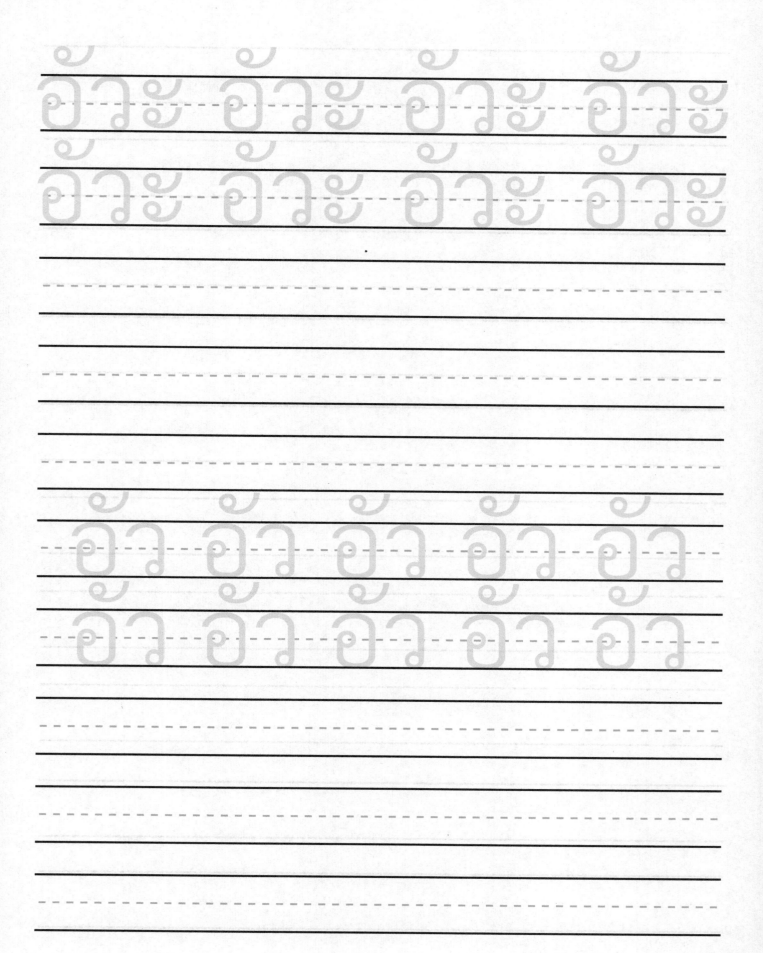

อำ อำ อำ อำ อำ
อำ อำ อำ อำ อำ

ไอ ไอ ไอ ไอ ไอ ไอ
ไอ ไอ ไอ ไอ ไอ ไอ

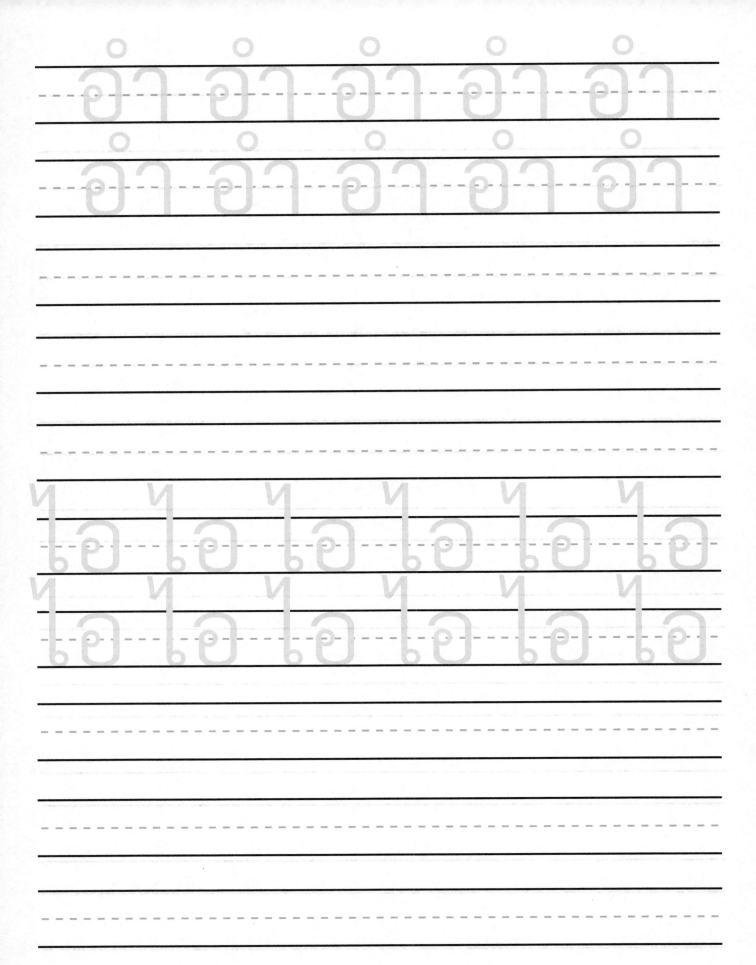

ใอ ใอ ใอ ใอ ใอ ใอ

ใอ ใอ ใอ ใอ ใอ ใอ

เอา เอา เอา เอา

เอา เอา เอา เอา

ฤ ฤ ฤ ฤ ฤ ฤ ฤ ฤ

ฤ ฤ ฤ ฤ ฤ ฤ ฤ ฤ

ฤา ฤา ฤา ฤา ฤา

ฤา ฤา ฤา ฤา ฤา

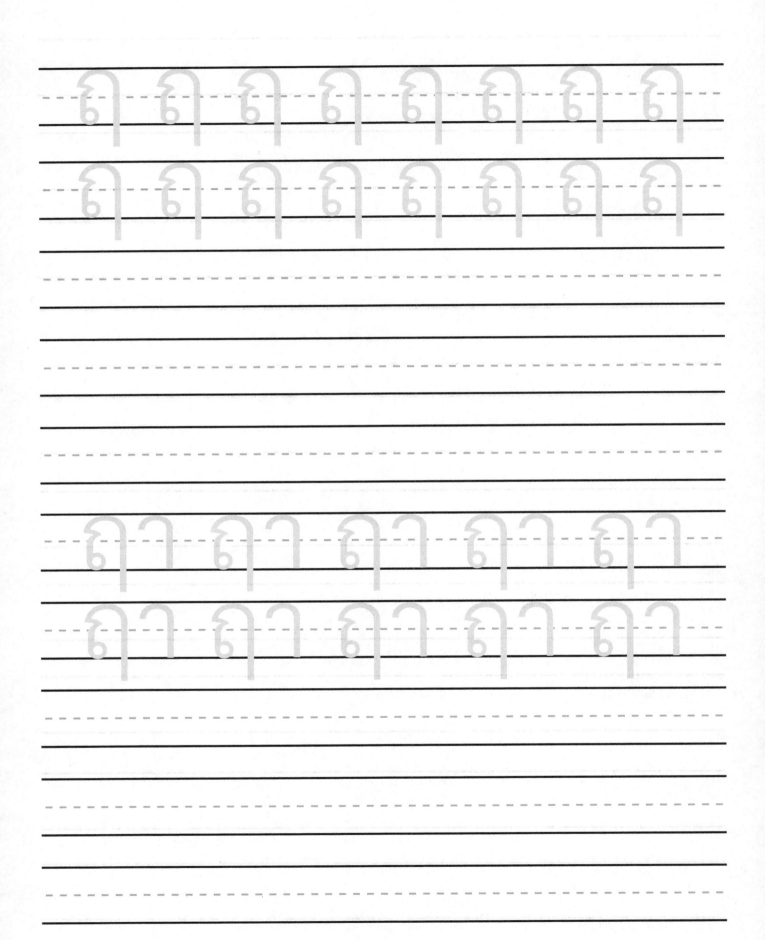

ฦ ฦ ฦ ฦ ฦ ฦ ฦ ฦ

ฦ ฦ ฦ ฦ ฦ ฦ ฦ ฦ

ฦๅ ฦๅ ฦๅ ฦๅ ฦๅ

ฦๅ ฦๅ ฦๅ ฦๅ ฦๅ

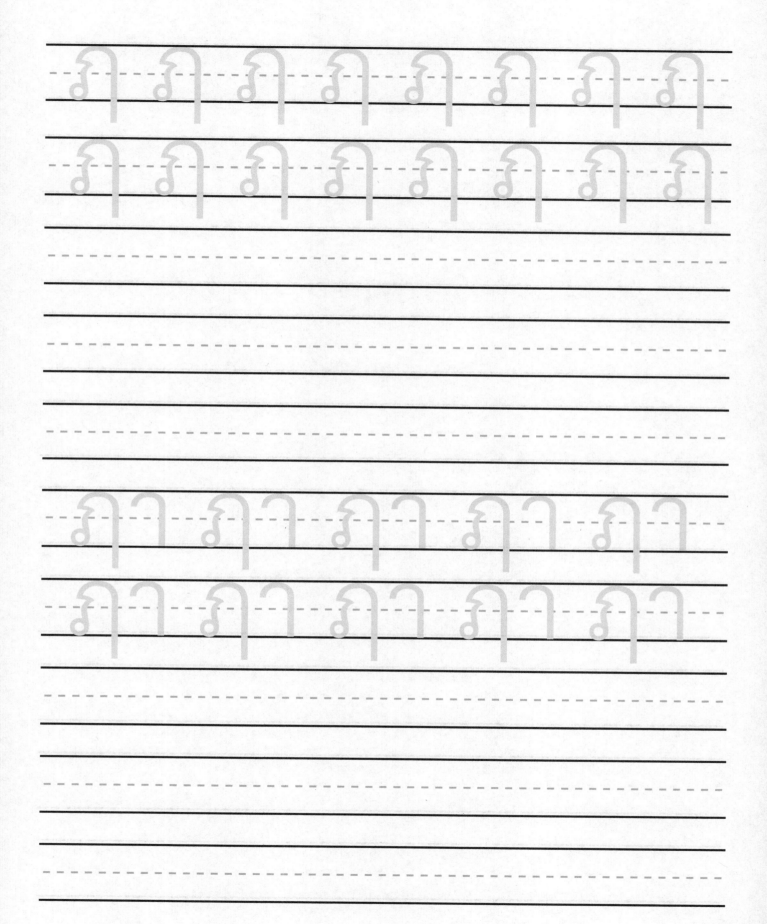

เอ็ด เอ็ด เอ็ด เอ็ด

เอ็ด เอ็ด เอ็ด เอ็ด

โบว์ โบว์ โบว์ โบว์

โบว์ โบว์ โบว์ โบว์

4 TONE MARKS

่

Mai Eak

(Low)

้

Mai Toh

(Falling)

๊

Mai Tree

(High)

๋

Mai Juttawa

(Rising)

อ่า อ่า อ่า อ่า อ่า

อ่า อ่า อ่า อ่า อ่า

อ้า อ้า อ้า อ้า อ้า

อ้า อ้า อ้า อ้า อ้า

อ๊า อ๊า อ๊า อ๊า อ๊า

อ๊า อ๊า อ๊า อ๊า อ๊า

อ๋า อ๋า อ๋า อ๋า อ๋า

อ๋า อ๋า อ๋า อ๋า อ๋า

THAI NUMBERS

๐ ศูนย์ Soon (Zero)	๑ หนึ่ง Neung (One)	๒ สอง Song (Two)
๓ สาม Sam (Three)	๔ สี่ See (Four)	๕ ห้า Ha (Five)
๖ หก Hok (Six)	๗ เจ็ด Jed (Seven)	๘ แปด Paed (Eight)
๙ เก้า Kao (Nine)	๑๐ สิบ Sib (Ten)	๑๑ สิบเอ็ด Sib Ed (Eleven)

ඟ ඟ ඟ ඟ ඟ ඟ ඟ

ඟ ඟ ඟ ඟ ඟ ඟ ඟ

ளி ளி ளி ளி ளி ளி

ளி ளி ளி ளி ளி ளி

b b b b b b b

b b b b b b

ญ ญ ญ ญ ญ ญ ญ

ญ ญ ญ ญ ญ ญ

๘ ๘ ๘ ๘ ๘ ๘

๘ ๘ ๘ ๘ ๘ ๘

๙ ๙ ๙ ๙ ๙ ๙

๙ ๙ ๙ ๙ ๙ ๙

ANIMALS

ไก่ Kai
(Chicken)

นก Nok
(Bird)

เต่า Tao
(Turtle)

ควาย Khwai
(Buffalo)

หนู Noo
(Mouse)

ปลา Pla
(Fish)

งู Ngoo
(Snake)

แมว Maew
(Cat)

ม้า Ma
(Horse)

ช้าง Chang
(Elephant)

ลิง Ling
(Monkey)

หอย Hoy
(Snail)

78

ไก่ ไก่ ไก่ ไก่ ไก่ ไก่
ไก่ ไก่ ไก่ ไก่ ไก่ ไก่

นก นก นก นก นก
นก นก นก นก นก

เต่า เต่า เต่า เต่า

เต่า เต่า เต่า เต่า

ควาย ควาย ควาย

ควาย ควาย ควาย

หนู หนู หนู หนู
หนู หนู หนู หนู

ปลา ปลา ปลา
ปลา ปลา ปลา

งู งู งู งู งู งู งู งู งู งู
งู งู งู งู งู งู งู งู งู งู

แมว แมว แมว แมว
แมว แมว แมว แมว

ม้า ม้า ม้า ม้า ม้า

ม้า ม้า ม้า ม้า ม้า

ช้าง ช้าง ช้าง ช้าง

ช้าง ช้าง ช้าง ช้าง

ลิง ลิง ลิง ลิง ลิง

ลิง ลิง ลิง ลิง ลิง

หอย หอย หอย

หอย หอย หอย

FRUITS

ส้ม Som
(Orange)

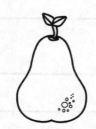

แพร์ Pear
(Pear)

พีช Peach
(Peach)

กล้วย Kluay
(Banana)

ลำไย Lumyai
(Longan)

เมล่อน Melon
(Melon)

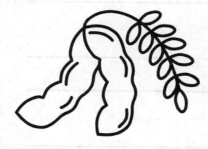

มะขาม Makham
(Tamarind)

ทุเรียน Turian
(Durian)

เงาะ Ngao
(Rambutan)

มะม่วง Mamuang
(Mango)

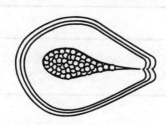

มะละกอ Malako
(Papaya)

แตงโม Tangmo
(Watermelon)

ส้ม ส้ม ส้ม ส้ม ส้ม

ส้ม ส้ม ส้ม ส้ม ส้ม

แพร์ แพร์ แพร์

แพร์ แพร์ แพร์

พืช พืช พืช พืช

พืช พืช พืช พืช

กล้วย กล้วย กล้วย

กล้วย กล้วย กล้วย

ลำไย ลำไย ลำไย
ลำไย ลำไย ลำไย

เมล่อน เมล่อน
เมล่อน เมล่อน

มะขาม มะขาม

มะขาม มะขาม

ทุเรียน ทุเรียน

ทุเรียน ทุเรียน

เงาะ เงาะ เงาะ
เงาะ เงาะ เงาะ

มะม่วง มะม่วง
มะม่วง มะม่วง

มะละกอ มะละกอ

มะละกอ มะละกอ

แตงโม แตงโม

แตงโม แตงโม

PLACES

วัด Wad
(Temple)

บ้าน Ban
(Home)

ธนาคาร Thanakhan
(Bank)

โรงแรม Rongraem
(Hotel)

โรงเรียน Rongrian
(School)

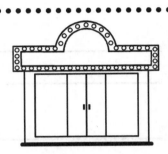
โรงภาพยนต์ Rongphabphayon
(Cinema)

โรงพยาบาล Rongphayaban
(Hospital)

ตลาด Talad
(Market)

สนามบิน Sanambin
(Airport)

สวน Suan
(Garden)

สวนสัตว์ Suansud
(Zoo)

ป่า Pa
(Forest)

วัด วัด วัด วัด วัด
วัด วัด วัด วัด วัด

บ้าน บ้าน บ้าน
บ้าน บ้าน บ้าน

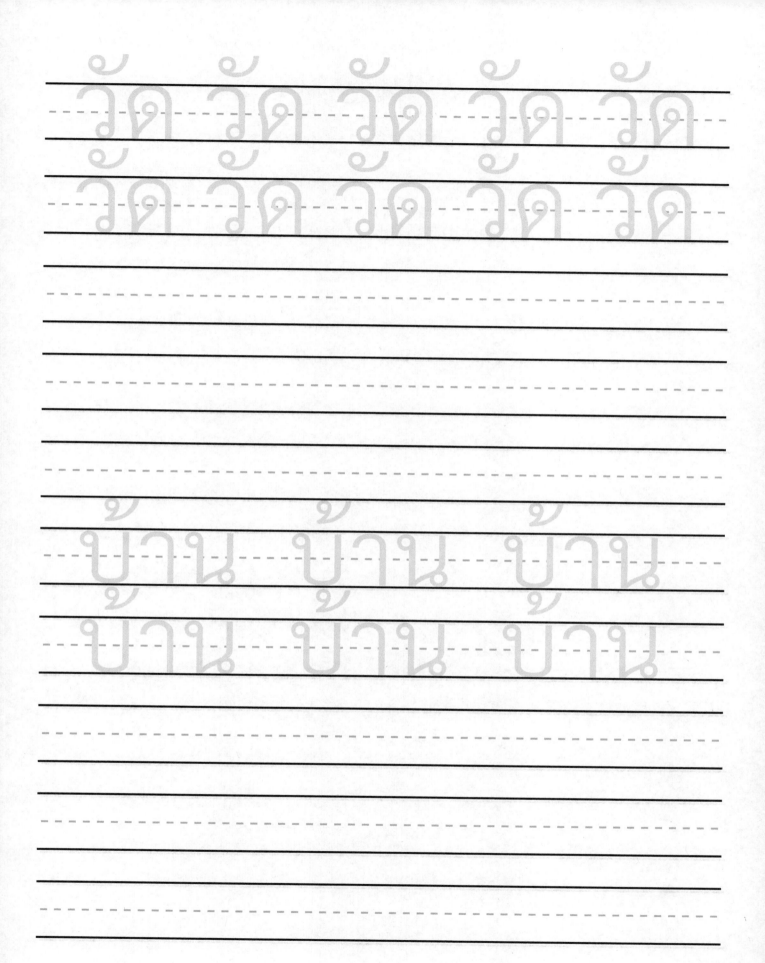

ธนาคาร ธนาคาร

ธนาคาร ธนาคาร

โรงแรม โรงแรม

โรงแรม โรงแรม

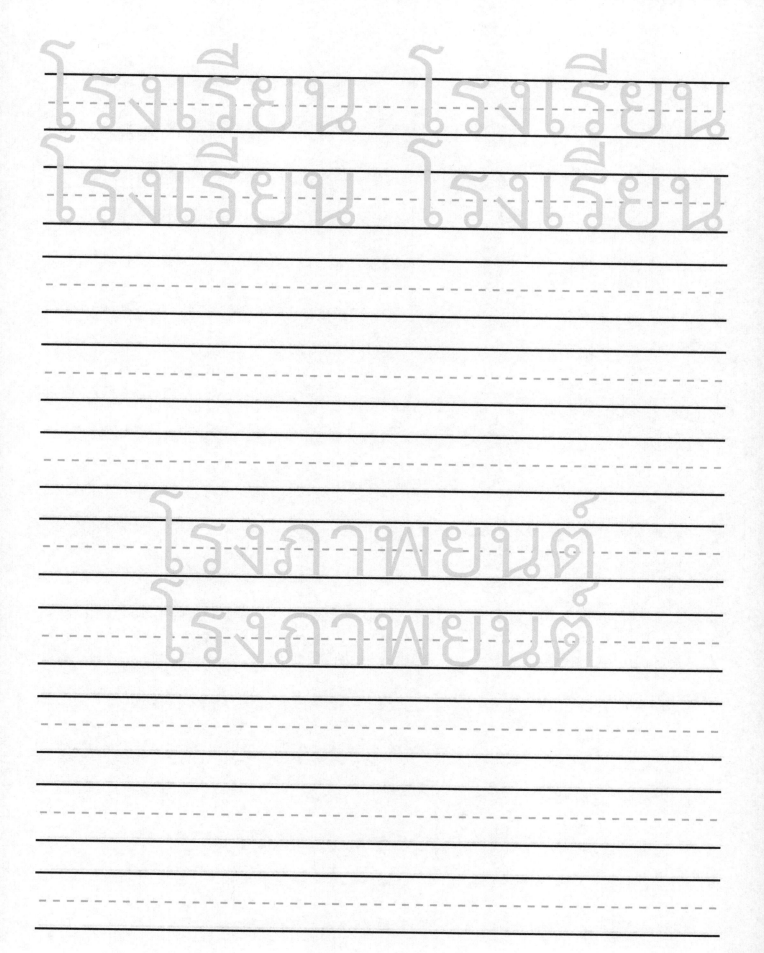

โรงเรียน โรงเรียน
โรงเรียน โรงเรียน

โรงภาพยนต์
โรงภาพยนต์

โรงพยาบาล

โรงพยาบาล

ตลาด ตลาด ตลาด

ตลาด ตลาด ตลาด

สนามบิน

สนามบิน

สวน สวน สวน

สวน สวน สวน

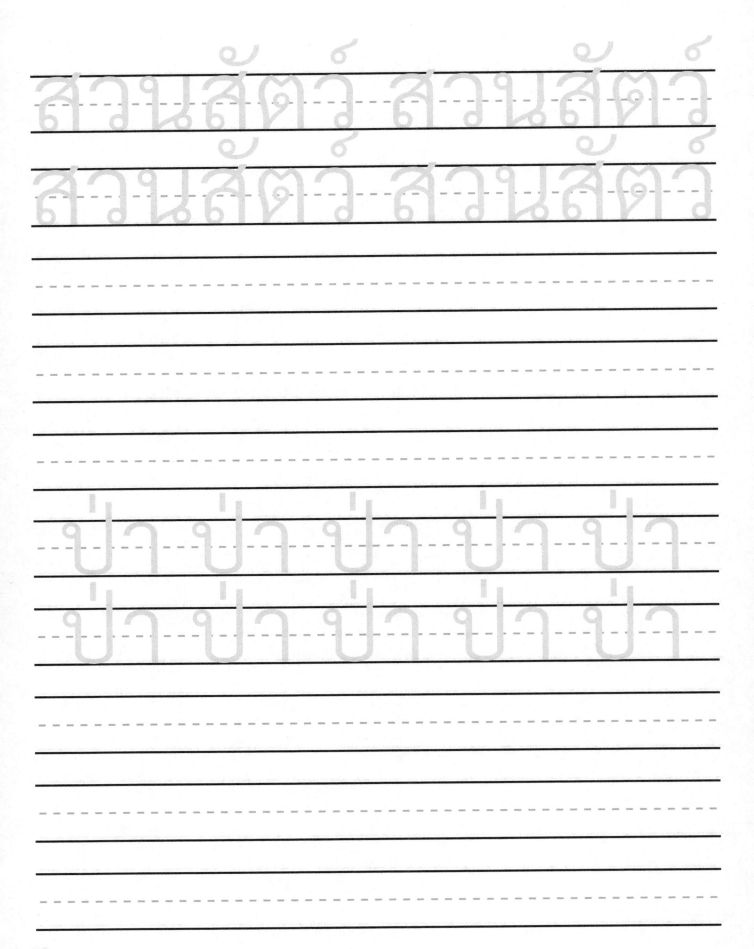

สวนสัตว์ สวนสัตว์
สวนสัตว์ สวนสัตว์

ป่า ป่า ป่า ป่า ป่า
ป่า ป่า ป่า ป่า ป่า

VEHICLES

เรือพาย Rueapie
(Boat)

รถไฟ Rodfai
(Train)

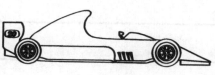

รถแข่ง
Rodkhaeng
(Racing Car)

รถจักรยาน
Rodjakayan
(Bicycle)

รถจักรยานยนต์
Rodjakayanyon
(Motorcycle)

รถยนต์
Rodyon
(Car)

รถพยาบาล
Rodpayaban
(Ambulance)

รถตำรวจ
Rodtamruad
(Police Car)

รถบรรทุก
Rodbantuk
(Lorry)

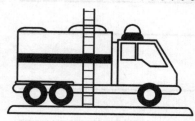

รถดับเพลิง
Roddabplerng
(Fire Engine)

รถขยะ
Rodkhaya
(Garbage Truck)

รถประจำทาง
Rodprajumthang
(Bus)

เรือพาย เรือพาย

เรือพาย เรือพาย

รถไฟ รถไฟ รถไฟ

รถไฟ รถไฟ รถไฟ

รถแข่ง รถแข่ง

รถแข่ง รถแข่ง

รถจักรยาน

รถจักรยาน

รถจักรยานยนต์
รถจักรยานยนต์

รถยนต์ รถยนต์
รถยนต์ รถยนต์

รถพยาบาล

รถพยาบาล

รถตำรวจ

รถตำรวจ

รถบรรทุก

รถบรรทุก

รถดับเพลิง

รถดับเพลิง

รถขยะ รถขยะ

รถขยะ รถขยะ

รถประจำทาง

รถประจำทาง

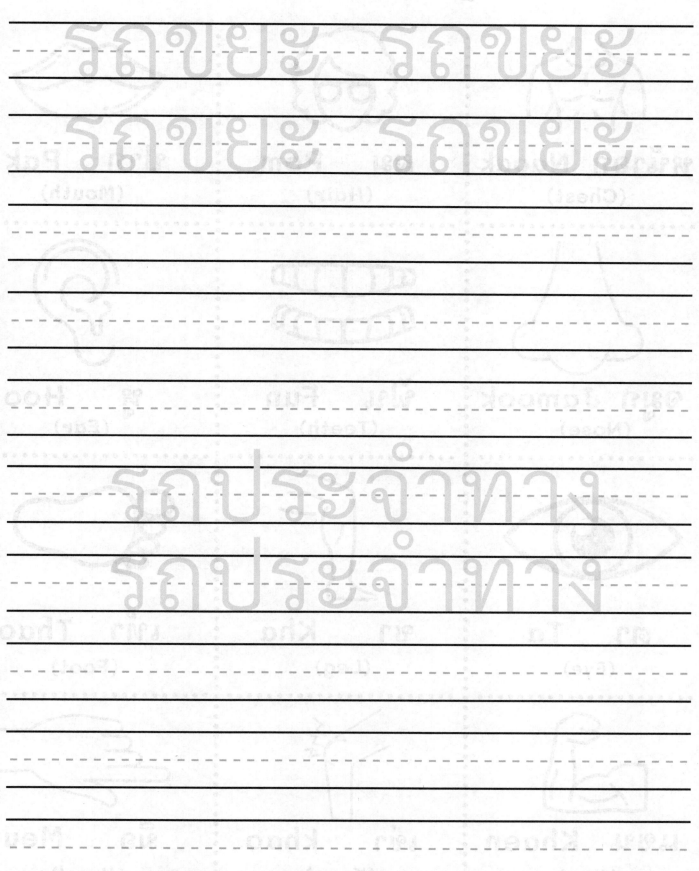

BODY PARTS

หน้าอก Naoak
(Chest)

ผม Pom
(Hair)

ปาก Pak
(Mouth)

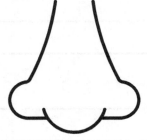

จมูก Jamook
(Nose)

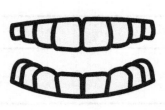

ฟัน Fun
(Teeth)

หู Hoo
(Ear)

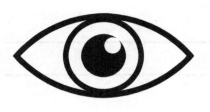

ตา Ta
(Eye)

ขา Kha
(Leg)

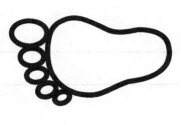

เท้า Thao
(Foot)

แขน Khaen
(Arm)

เข่า khao
(Knee)

มือ Meu
(Hand)

หน้าอก หน้าอก

หน้าอก หน้าอก

ผม ผม ผม ผม ผม

ผม ผม ผม ผม ผม

ปาก ปาก ปาก

ปาก ปาก ปาก

จมูก จมูก จมูก

จมูก จมูก จมูก

ฟัน ฟัน ฟัน ฟัน
ฟัน ฟัน ฟัน ฟัน

หู หู หู หู หู หู หู หู
หู หู หู หู หู หู หู หู

ตา ตา ตา ตา ตา

ตา ตา ตา ตา ตา

ขา ขา ขา ขา ขา

ขา ขา ขา ขา ขา

เท้า เท้า เท้า เท้า

เท้า เท้า เท้า เท้า

แขน แขน แขน

แขน แขน แขน

เข่า เข่า เข่า เข่า

เข่า เข่า เข่า เข่า

มือ มือ มือ มือ มือ

มือ มือ มือ มือ มือ

Unscramble the letters to find the words.

1. จ น า   _____

2. ง ิ ฉ ่   _____

3. ง ้ า ช   _____

4. ย ค า ว   _____

5. น ค   _____

6. ง ฆ ะ ร ั   _____

7. ้ ว ก ย ล   _____

8. ย ห อ   _____

9. ก ่ ไ   _____

Word List

ไก่	ควาย	จาน
หอย	คน	ฉิ่ง
กล้วย	ระฆัง	ช้าง

Unscramble the letters to find the words.

1. ก ด ็ เ _____

2. น ธ า ร า ค _____

3. า ร ห ท _____

4. ิ น ส า บ ม น _____

5. ร เ ณ _____

6. ล ด า ต _____

7. า เ ่ ต _____

8. ม ู จ ก _____

9. ่ น ล เ อ ม _____

Word List

เมล่อน	จมูก	เต่า
ตลาด	เณร	สนามบิน
ธนาคาร	เด็ก	ทหาร

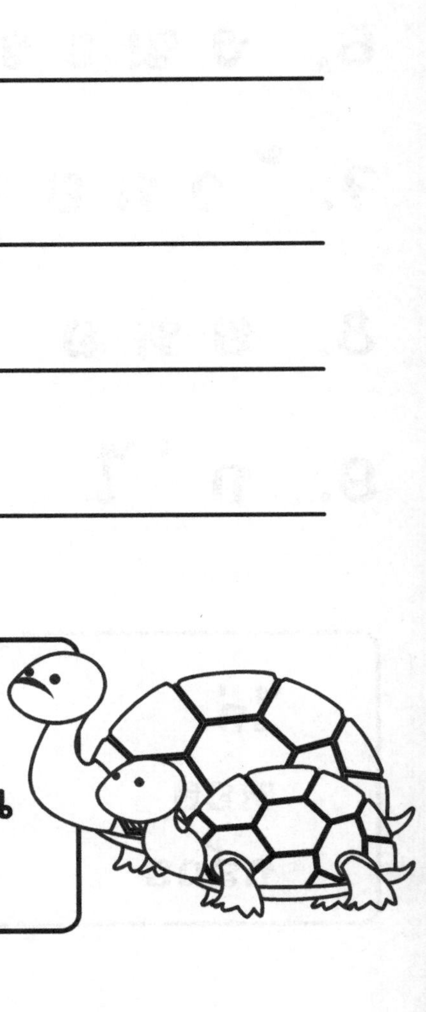

Unscramble the letters to find the words.

1. า ป ล   _____

2. ั ก ษ ์ ย   _____

3. ใ ไ บ ้ ม   _____

4. ต โ ง ม แ   _____

5. ่ ม ง ะ ว ม   _____

6. น ู ห   _____

7. ร แ โ ง ม ร   _____

8. ุ ร ท ี น เ ย   _____

9. น ฟ ั   _____

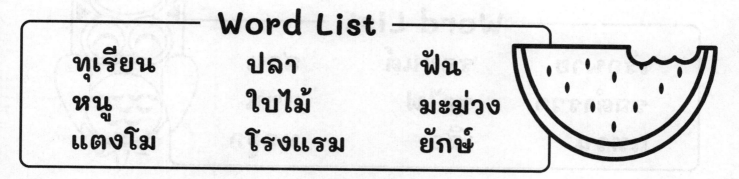

Word List

ทุเรียน	ปลา	ฟัน
หนู	ใบไม้	มะม่วง
แตงโม	โรงแรม	ยักษ์

115

Unscramble the letters to find the words.

1. ไ ร ฟ ถ ____________________

2. ร ต จ ำ ถ ว ร ____________________

3. น ข แ ____________________

4. น ห แ ว ____________________

5. ื เ อ ส ____________________

6. น ู ก ฮ ก ____________________

7. พ อ เ ื ร า ย ____________________

8. ์ ถ น ต ร ย ____________________

9. น ส ว ____________________

Word List

เรือพาย	รถยนต์	สวน
รถตำรวจ	รถไฟ	แขน
แหวน	เสือ	นกฮูก